# മരുന്നുപുരട്ടാൻവേണ്ടി
# മുറിവുണ്ടാക്കുന്നയാൾ

**marunnupurattanvendi murivundakkunnayal**

•

ammu

•

*first edition*
april 2011

•

*second edition*
january 2012

•

*third edition*
august 2012

•

*typesetting & published*
chintha publishers, thiruvananthapuram

•

*printed*
anaswara offset pvt ltd

•

*cover*
sudheer p y

•

*cover drawing & illustration*
malavika p



*വിതരണം*

**ദേശാഭിമാനി ബുക്ക് ഹൗസ്**

H O തിരുവനന്തപുരം-695 035
www.chinthapublishers.com
chinthapublishers@gmail.com

*ബ്രാഞ്ചുകൾ*

ഹെഡ്ഡാഫീസ് കുന്നുകുഴി • ഓവർബ്രിഡ്ജ് തിരുവനന്തപുരം • കെ എസ് ആർ ടി സി ബസ് സ്റ്റേഷൻ ആലപ്പുഴ • കെ എസ് ആർ ടി സി ബസ് സ്റ്റേഷൻ എറണാകുളം • മച്ചിങ്ങൽ ലെയ്ൻ തൃശൂർ • ഐ ജി റോഡ് കോഴിക്കോട് • കെ എസ് ആർ ടി സി ബസ് സ്റ്റേഷൻ കോഴിക്കോട് • എൻ ജി ഒ യൂണിയൻ ബിൽഡിങ് കണ്ണൂർ • സെൻട്രൽ ബസ് ടെർമിനൽ കോംപ്ലക്സ് താവക്കര കണ്ണൂർ

CR - 1153 / 2595

# മരുന്നുപുരട്ടാൻവേണ്ടി മുറിവുണ്ടാക്കുന്നയാൾ

അമ്മു
ചിത്രീകരണം: മാളവിക പി

ചിന്ത പബ്ലിഷേഴ്സ്
തിരുവനന്തപുരം-695 035

## അമ്മു (ഗായത്രി)

പി ബാബുവിന്റെയും ഡോ. പി എസ് ശ്രീകലയുടെയും മകൾ.

ഇപ്പോൾ പട്ടം കേന്ദ്രീയവിദ്യാലയത്തിലെ ഒമ്പതാം ക്ലാസ് വിദ്യാർഥിനി.

വിലാസം: ടി സി 27/1157 (1)
അമ്മുവീട്
വഞ്ചിയൂർ പി ഒ
തിരുവനന്തപുരം.

## മാളവിക പി

ഗോപു പട്ടിത്തറയുടെയും വി എം ബീനയുടെയും മകൾ.

പാലക്കാട് ഗവ. ഗോഖലെ ഹയർസെക്കന്ററി സ്കൂളിലെ എട്ടാം ക്ലാസ് വിദ്യാർഥിനി.

വിലാസം: മാളവം
പട്ടിത്തറ പി ഒ
പാലക്കാട് ജില്ല.

# പ്രസാധകക്കുറിപ്പ്

**അ**മ്മു എന്ന വിദ്യാർഥിനിയുടെ പുസ്തകത്തിന്റെ മൂന്നാം പതിപ്പാണിത്. കഥയെന്നോ കുറിപ്പുകളെന്നോ എന്തുപേരു വിളിച്ചാലും ഈ വിദ്യാർഥിനിയുടെ രചനാപാടവവും ചിന്തകളും വിസ്മയാവഹമാണ്.

നമ്മുടെ ജീവിതത്തെ ചൂഴ്ന്നു നിൽക്കുകയും ചോദ്യം ചെയ്യപ്പെടാനാവാത്തതെന്ന് നാം കരുതുകയും ചെയ്യുന്ന ദൈവവിശ്വാസം, മതം, ജാതി തുടങ്ങിയ വിഷയങ്ങളെയാണ് ഈ വിദ്യാർഥിനി ഇവിടെ വിചാരണ ചെയ്യുന്നത്.

ഒരുപക്ഷേ, കടന്നുപോകുന്ന ഓരോ ബാല്യത്തിലും ഓരോ കുട്ടിയും ഉള്ളിന്റെയുള്ളിൽ ചോദിച്ചിരുന്ന, ചോദിക്കേണ്ടിയിരുന്ന സംശയങ്ങളും വിചാരങ്ങളുമാണ് അമ്മുവിലൂടെ ഇന്ന് പുറത്തുവന്നിരിക്കുന്നത്.

പാലക്കാട് കുമാരനെല്ലൂർ ഗവ. ഗോഖലെ ഹയർസെക്കന്ററി സ്കൂളിലെ വിദ്യാർഥിനിയായ മാളവിക പിയാണ് ഈ പുസ്തകത്തിന്റെ ചിത്രീകരണം നടത്തിയിരിക്കുന്നത്.

എഴുത്തിന്റെ ലോകത്തേക്ക് പ്രവേശിക്കുന്ന ഈ കൊച്ചുകൂട്ടുകാരിയുടെ അനന്യമായ ഈ കൃതി പ്രസിദ്ധീകരിക്കുന്നതിൽ ഞങ്ങൾക്ക് സന്തോഷമുണ്ട്.

പ്രബുദ്ധരായ വായനാസമൂഹത്തിന്റെ സഹകരണം പ്രതീക്ഷിച്ചുകൊണ്ട്,

**ചിന്ത പബ്ലിഷേഴ്സ്**

മരുന്നുപുരട്ടാൻവേണ്ടി
മുറിവുണ്ടാക്കുന്നയാൾ

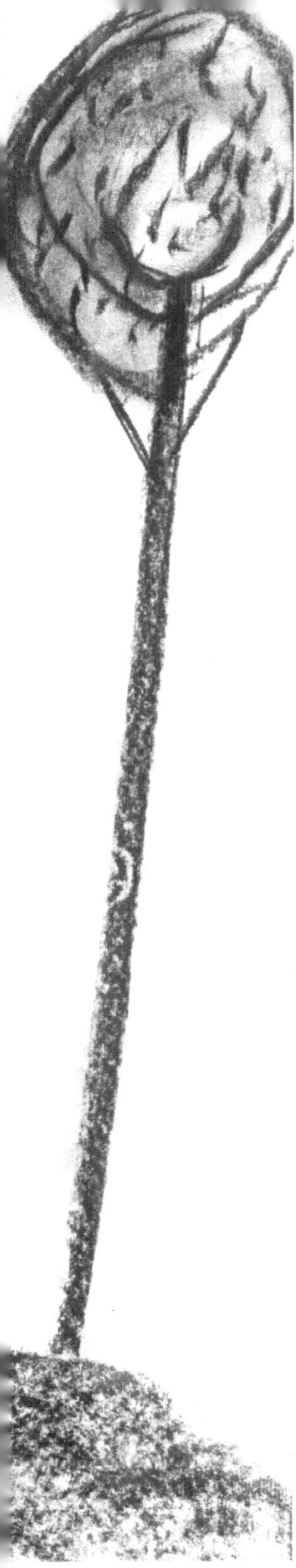

# 1

'**അ**വധിക്കാലം കഴിഞ്ഞു. ഇന്ന് സ്കൂളിൽ പോണം. മാഷ് പുതിയ പാഠം തുടങ്ങാം എന്ന് പറഞ്ഞിട്ടുണ്ട്. ആ പാഠം എന്തിനെപ്പറ്റിയായിരിക്കും?'

മനസിൽ ഇതെല്ലാം ആലോചിച്ച് ഞാൻ ഒടുവിൽ സ്കൂളിലെത്തി. കൂട്ടുകാരെയൊക്കെ ഒരു ഇടവേളയ്ക്കുശേഷം കണ്ടതിന്റെ ആഹ്ലാദം പറഞ്ഞറിയിക്കാനാവാത്തതായിരുന്നു. സീമയുടെ വീട് എന്റെ വീടിനടുത്തായതിനാൽ, അവളുടെ വീട്ടിൽ ഞാൻ പൂ പറിക്കാൻ പോയതെല്ലാം പറഞ്ഞ് ഞാനും മേരിയും ആയിഷയും ഒരുപാട് സംസാരിക്കുകയും ചിരിക്കുകയുമുണ്ടായി. പെട്ടെന്ന് ക്ലാസ് നിശ്ശബ്ദമായതുപോലെ തോന്നി. ഞാൻ നോക്കിയപ്പോൾ അതാ അപ്പുക്കുട്ടൻ മാഷ് തന്റെ കൊമ്പൻ മീശയും പിരിച്ച്, ചുവന്ന കണ്ണുകളും ഉരുട്ടി നടന്നുവരുന്നു. ഞങ്ങളെല്ലാവരും ഞങ്ങളുടെ സീറ്റിൽ പോയിരുന്നു. എല്ലാവരുടെയും പേടിസ്വപ്നമാണ് അപ്പുക്കുട്ടൻ മാഷെങ്കിലും പുതിയ പാഠം തുടങ്ങുന്ന ദിവസം മാഷ് വളരെ സ്നേഹത്തോ

ടെയും ക്ഷമയോടെയും പെരുമാറുമായിരുന്നു. മാഷ് ക്ലാസിലേക്ക് കയറി. മുൻ ബെഞ്ചിലിരിക്കുന്ന ആയിഷയോട് മാഷ് ചോദിച്ചു:

"എങ്ങനെയുണ്ടായിരുന്നു കുഞ്ഞേ നിന്റെ ഓണം?"

"ഓ, ഞങ്ങളൊന്നും ആഘോഷിച്ചില്ല മാഷേ..."

"അതെന്താടീ നീ മാത്രം ഓണം ആഘോഷിക്കാത്തെ?"

"എന്റെ ഉമ്മ പറഞ്ഞിട്ടുണ്ട്, ഞങ്ങളൊന്നും ഓണം ആഘോഷിക്കാറില്ലെന്ന്. ഞങ്ങള് മുസ്ലീങ്ങളല്ലേ മാഷേ?"

"ആരു പറഞ്ഞു മുസ്ലീങ്ങൾക്ക് ഓണം ആഘോഷിക്കാൻ പാടില്ലാന്ന്? മോള് ഉമ്മയോട് പറയണം, ഓണം ഒരു കേരളീയോത്സവമാണ്, അത് ആഘോഷിക്കുക എല്ലാ മലയാളിയുടെയും അവകാശമാണെന്ന്. കേട്ടോ?"

"ഓ മാഷേ, ഞാൻ പറയാം"

മാഷെന്തെങ്കിലും പറയും മുൻപെ ദീപു പറഞ്ഞു:

"മാഷേ, മാഷ് ഇന്ന് ഒരു പുതിയ പാഠം തുടങ്ങാമെന്ന് പറഞ്ഞിരുന്നു."

"ശരി നമുക്ക് ഇന്ന് പുതിയ പാഠം തുടങ്ങിക്കളയാം. എല്ലാവരും പേജ് 69 എടുക്കൂ. അതിൽ ഏറ്റവും മുകളിൽ വലിയ അക്ഷരത്തിൽ എന്താ എഴുതിയിരിക്കുന്നതെന്ന് നീ വായിക്കെടാ."

ദീപുവിനെ ചൂണ്ടിക്കൊണ്ട് മാഷ് പറഞ്ഞു. ഉടൻ തന്നെ ദീപു വായിച്ചു:

"What is Secularism?" (എന്താണ് മതനിരപേക്ഷത?)

ഇത് കേട്ടയുടൻ ഞങ്ങൾ എല്ലാവരും അത്ഭുതത്തോടെ മാഷിന്റെ മുഖത്തേക്ക് നോക്കി. പക്ഷേ മാഷിന്റെ മുഖത്ത് അസാധാരണമായ ഭാവങ്ങളൊന്നുമില്ലായിരുന്നു. അപ്പോൾ മാഷ് ഒരു ചെറിയചിരിയോടെ പറഞ്ഞു:

"മതമെന്നാലെന്തെന്ന് ആർക്കെങ്കിലും അറിയാമോ?"

മാഷൊരു പ്രതീക്ഷയോടെ എന്നെ നോക്കി. മാഷിനെ നിരാശപ്പെടുത്താതെ ഞാൻ പതുക്കെ എഴുന്നേറ്റു എന്നിട്ട് പറഞ്ഞു:

"മതമെന്നാൽ ഈശ്വരനെന്നല്ലേ മാഷെ?"

അപ്പോൾ മാഷ് ഭാവവ്യത്യാസങ്ങളൊന്നും കൂടാതെ പറഞ്ഞു:

"അല്ല. മതം മനുഷ്യരുടെ ഒരു വിശ്വാസമാണ്. അതിൽ ഈശ്വരനെക്കുറിച്ചുള്ള വിശ്വാസവുമുണ്ട്. മതത്തെ പലതായി തിരിച്ചിരിക്കുന്നു. ഉദാഹരണത്തിന് - ഹിന്ദുമതം, ഇസ്ലാംമതം, സിക്ക്മതം, ക്രിസ്തുമതം.... അങ്ങനെ കുറേയേറെ. കുറേപ്പേർ മതത്തെ ഒരുപാട് വിശ്വസിക്കുന്നു, ചിലർ മതത്തെ വെറുക്കുന്നു."

ഉടൻ തന്നെ ദീപു ചോദിച്ചു: "മതത്തെ വെറുക്കുന്നവരെയാണോ മാഷേ 'വിപ്ലവകാരികൾ' എന്ന് പറയുന്നത്?"

അപ്പോൾ മാഷ് സന്തോഷത്തോടെ പറഞ്ഞു: "അല്ല. നിലവിലുള്ള അസമത്വത്തെ എതിർക്കുന്നവരെയും, എല്ലാവർക്കും ഒരേ അവകാശങ്ങൾ നേടിക്കൊടുക്കാൻ പ്രവർത്തിക്കുന്നവരെയുമാണ് വിപ്ലവകാരികൾ എന്ന് പറയുക. അവരിൽ ചിലർ നിരീശ്വരവാദികളാണ്."

ഞങ്ങളെല്ലാവരും സംശയത്തോടെ മാഷിനെ നോക്കി. ഞാൻ ചോദിച്ചു: "നിരീശ്വരവാദികളോ? എന്നുവച്ചാൽ എന്താ മാഷേ?"

മാഷ് പറഞ്ഞു: "നിരീശ്വരവാദികൾ എന്നാൽ ഈശ്വരൻ ഇല്ലെന്ന് വിശ്വസിക്കുന്നവർ."

"അയ്യോ! അപ്പോൾ അവർക്ക് പേടിയില്ലേ?" ദീപു അത്ഭുതത്തോടെ ചോദിച്ചു.

"ആരെ?"

"ഈശ്വരനെ?"

"ഈശ്വരനില്ലെന്ന് വിശ്വസിക്കുന്നവർ എന്തിന് ഈശ്വരനെ പേടിക്കണം?"

"ദുഷ്ടന്മാർ, അവന്മാർക്ക് നല്ല ശിക്ഷ ഈശ്വരൻ കൊടുക്കും. അപ്പോൾ അവന്മാർക്ക് മനസിലായിക്കോളും"

സീമ വളരെ ദേഷ്യത്തോടെ പറഞ്ഞു.

"ഹും! മോളേ, അങ്ങനെയാണെങ്കിൽ നിന്റെ ഈ ദൈവം ഒരു അഹങ്കാരിയല്ലേ? താൻ വലിയ ചക്രവർത്തിയാണെന്ന

ഭാവം? തനിക്കെതിരെ ശബ്ദമുയർത്തുന്നവരെ ശിക്ഷിക്കുക ഒരു തരം അഹങ്കാരമാണ്."

"എന്റീശ്വരാ! ഈ മാഷ് എന്താ ഈ പറയുന്നേ? ദൈവത്തിന് അഹങ്കാരമാണെന്നോ? മാഷിനോട് ക്ഷമിക്കണേ ദൈവമേ"

സീമ പതിയെ പറഞ്ഞു.

"എന്തൊക്കെയായാലും, നിന്റെ വിശ്വാസം നിന്നെ രക്ഷിക്കട്ടെ"

മാഷ് പറഞ്ഞു.

ഇതിലൊന്നും ഒട്ടും താൽപ്പര്യമില്ലാത്തതുപോലെ ആയിഷ പറഞ്ഞു: "ബാക്കി പാഠം തുടങ്ങ് മാഷേ."

അങ്ങനെ വീണ്ടും മാഷ് ബാക്കി പാഠത്തിലേക്ക് കടന്നു. എനിക്ക് മാഷിന്റെ ഓരോ വാക്കും വിലപിടിപ്പുള്ളതായും, നിരീശ്വരവാദത്തെക്കുറിച്ച് കൂടുതൽ അറിയണമെന്നും തോന്നി. ക്ലാസ് കഴിഞ്ഞപ്പോൾ ഞാൻ മാഷിന്റെ അടുത്തേക്ക് ഓടിച്ചെന്നു.

"മാഷേ, നിരീശ്വരവാദികൾ.... അല്ല.... മാഷ് ഒരു നിരീശ്വരവാദിയാണോ?"

"ഞാൻ... ദൈവമുണ്ടെന്ന് വിശ്വസിക്കുന്നില്ല."

"അല്ല മാഷേ, ദൈവമല്ലേ മാഷേ നമുക്ക് നന്മയും നല്ലതും വരുത്തുന്നത്. ഈ ലോകം സന്തോഷത്തോടെ ഇരിക്കാൻ കാരണം ദൈവമല്ലേ?"

"നന്മ മാത്രമല്ലല്ലോ, നമ്മുടെ ജീവിതത്തിൽ ഒരുപാട് തിന്മകളുമില്ലേ? ആരാ അമ്മുവിനോട് പറഞ്ഞേ ഈ ലോകം സന്തോഷമനുഭവിക്കുന്നെന്ന്. നമ്മുടെ ലോകം എന്തൊക്കെ സങ്കടങ്ങളാ അനുഭവിക്കുന്നത്? ഇതെല്ലാം ദൈവം ഉണ്ടെങ്കിൽ കാണുന്നില്ലേ? പിന്നെന്താ അയാൾക്ക് തിരിഞ്ഞു നോക്കാനൊരു മടി?"

"അതിനൊക്കെയുള്ള പരിഹാരം ദൈവം കണ്ടെത്തും മാഷേ. ഇതെല്ലാം ദൈവത്തിന്റെ വികൃതികളല്ലേ? അദ്ദേഹം തന്നെ ഇതെല്ലാം മാറ്റുകയും ചെയ്യൂല്ലേ?"

"മരുന്നു പുരട്ടാൻ വേണ്ടി മുറിവ് ഉണ്ടാക്കിത്തരികയല്ലേ മോളേ ഈ ദൈവം? കുറേ പ്രശ്നങ്ങൾ ഉണ്ടാക്കിയിട്ട്. പിന്നെ

അതിന്റെ വഴി കാണുക. അത് ശരിയാണെന്ന് അമ്മുവിന് തോന്നുന്നുണ്ടോ? അമ്മു, ഇന്ന് സമയമുണ്ടെങ്കിൽ സ്കൂൾ ലൈബ്രറിയിൽ പോയി ഇതിനെപ്പറ്റിയുള്ള പുസ്തകങ്ങൾ എടുത്ത് വീട്ടിൽ കൊണ്ടുപോയിരുന്ന് വായിക്ക്. അപ്പോൾ കുറേ വിവരങ്ങൾ കിട്ടും. അല്ലെങ്കിൽ അമ്മയോടോ, അച്ഛനോടോ വാങ്ങിത്തരാൻ പറയൂ. എന്തായാലും പുസ്തകങ്ങൾ വായിക്കുമ്പോൾ കുറേ മനസിലാകും കേട്ടോ? പൊയ്ക്കോളൂ."

ഞാൻ തലകുലുക്കി. എന്നിട്ട് സീറ്റിലേക്ക് തിരിച്ചുപോയി.

## 2

സ്കൂൾ വിട്ടുകഴിഞ്ഞ് ഞാൻ വീട്ടിലേക്കോടി. കുളിച്ചുകഴിഞ്ഞതിനുശേഷം അമ്മയുടെ അടുത്തേക്ക് ചെന്നിട്ട് അമ്മയോട് ചോദിച്ചു: "അമ്മേ, അമ്മ ദൈവത്തിൽ വിശ്വസിക്കുന്നുണ്ടോ?"

"ദൈവമില്ലെന്ന് വിശ്വസിക്കുന്നുണ്ട്". അതു കേട്ട് ഞാൻ അത്ഭുതപ്പെട്ടു. ഞാൻ ചോദിച്ചു: "അപ്പോൾ അച്ഛനോ?"

"അച്ഛനും അങ്ങനെ തന്നെ."

അത്ഭുതത്തോടെ ഞാൻ എന്റെ മുറിയിലേക്കോടി. എന്റെ മനസിൽ വല്ലാത്തൊരു ഭാരം തോന്നി. ഞാൻ വിചാരിച്ചു:

'പിന്നെ എന്തിന് ഇല്ലാത്ത ഒന്നിൽ അമ്മൂമ്മ വിശ്വസിക്കുന്നു? അമ്മൂമ്മ മാത്രമല്ല, ഈ നാട്ടുകാർ മുഴുവൻ വിശ്വസിക്കുന്നു? മാഷ് പറഞ്ഞത് ശരിയല്ലേ? എല്ലാ കുഴപ്പങ്ങളും ദൈവമല്ലേ ഉണ്ടാക്കുന്നത്? അങ്ങനെയാണെങ്കിൽ ഞാൻ പരീക്ഷയ്ക്കുമുൻപ് പ്രാർഥിക്കുന്നതെന്തിന്? പ്രാർഥിച്ചിട്ടുള്ള എത്രയോ പരീക്ഷകളിൽ ഞാനാഗ്രഹി

ക്കുന്ന മാർക്ക് കിട്ടാതിരുന്നിട്ടുണ്ട്. എനിക്ക് നല്ലത് സംഭവിക്കണമെങ്കിൽ ഞാൻ പ്രയത്നിക്കണ്ടേ?'

പെട്ടെന്നെന്നെ അമ്മ വിളിക്കുംപോലെ തോന്നി.

"എന്താമ്മേ? അമ്മ എന്നെ വിളിച്ചോ?"

"പുറത്ത് ആരോ വന്നതുപോലെ തോന്നി. ഒന്നുപോയി നോക്കിയേ" അമ്മ എന്നോട് പറഞ്ഞു. ഞാൻ പോയി നോക്കിയപ്പോൾ പുറത്ത് കുറേ ആളുകൾ, അവരുടെ കൈയിൽ കുറേ നോട്ടീസ്.

"ആരാ?"

"ഞങ്ങൾ അമ്പലത്തിൽ നിന്നു വന്നതാ. അമ്പലത്തിലെ ഉത്സവത്തിന്റെ ആവശ്യത്തിനാ അമ്മയില്ലേ?"

"അമ്മ കുളിക്കയാണ്. എന്താ കാര്യം?"

"ഇതാ" അവർ ഒരു നോട്ടീസ് എന്റെ കൈയിൽ തന്നു.

"ഇതെന്തിനാ?"

"ഉത്സവത്തിന്റെ ആവശ്യങ്ങൾക്ക് പണം പിരിക്കാൻ വന്നതാ മോളേ?"

"പണമോ? അമ്പലത്തിൽ പണത്തിന്റെ ആവശ്യമെന്താ?"

"മോളേ, അമ്പലത്തിൽ ദൈവത്തിന്റെ ആവശ്യങ്ങൾക്ക് പണം വേണ്ടേ? ദൈവത്തിനെ കുളിപ്പിക്കാനും മറ്റും ചന്ദനവും പാലുമൊക്കെ വേണ്ടേ? അതിനു പണം വേണ്ടേ?"

"ആ പണം ഈശ്വരനോട് ചോദിച്ചാൽ ഈശ്വരൻ തരില്ലേ?"

"മോളെന്തൊക്കെയാ പറയുന്നത്?" ഈശ്വരനെന്താ മായാജാലക്കാരനാണോ, പണമുണ്ടാക്കാൻ?"

"ഈശ്വരന്റെ ആവശ്യങ്ങൾക്കുള്ള പണം ഈശ്വരനല്ലേ ഉണ്ടാക്കേണ്ടത്. മറ്റുള്ളവരാണോ? ഈശ്വരൻ ലോകത്തിന്റെ സ്രഷ്ടാവല്ലേ? അപ്പോൾ ഒരു മായാജാലക്കാരനാവണമല്ലോ?"

"മോളേ, ഈശ്വരനെക്കുറിച്ച് ഒരിക്കലും അങ്ങനെയൊന്നും പറയരുത്. അദ്ദേഹത്തിന് ദേഷ്യം വരില്ലേ?"

പെട്ടെന്ന് അമ്മ ഉറക്കെ വിളിച്ചു ചോദിച്ചു:

"മോളേ, ആരാ അത്?"

"അമ്പലത്തിൽ നിന്നാമ്മേ."

ഞാൻ എന്തുകൊണ്ട്
നിരീശ്വരവാദി
ഭഗത് സിംഗ്

"എന്ത് വേണം?"

ഞാൻ അമ്മയുടെ അടുത്തേക്ക് ഓടിച്ചെന്നു. എന്നിട്ട് പതുക്കെ പറഞ്ഞു:

"പണം വേണമത്രെ."

"ഓ, പിരിവുകാരാണോ! അച്ഛന്റെ മേശപ്പുറത്ത് പത്തു രൂപയുണ്ട്. അത് കൊടുത്താൽ മതി."

ഞാൻ ആ പത്തുരൂപ എടുത്ത് അവർക്ക് കൊടുത്തു. മനസില്ലാമനസോടെ, ചെറിയ ദേഷ്യത്തോടെ അവർ പോയി. അവരെന്നെ തിരിഞ്ഞു നോക്കും മുൻപ് ഞാൻ അകത്തേക്കു പോയി.

എന്നിട്ട് നേരെ ബുക്ക് ഷെൽഫിനടുത്തേക്ക് ചെന്നു. അവിടെ ഒരടുക്കും ചിട്ടയുമില്ലാതെ കിടക്കുന്നു. 'ഇതൊക്കെ ഒന്നടുക്കി വയ്ക്കാം.' ഞാൻ പുസ്തകങ്ങൾ അടുക്കാൻ തുടങ്ങി. പെട്ടെന്ന് എന്റെ കൈയിലിരുന്ന പുസ്തകങ്ങൾ താഴെ വീണു. അവ പെറുക്കി എടുക്കുന്നതിനിടയിൽ ഞാൻ ഭഗത്സിങ്ങിന്റെ പടമുള്ള ഒരു പുസ്തകം കണ്ടു. ഭഗത്സിങ്ങിന്റെ ചെറിയ ആരാധികയായിരുന്നു ഞാൻ, ആ പുസ്തകം ഭഗത്സിങ്ങിന്റേതാണെന്ന് കണ്ടപ്പോൾ അതൊന്ന് വായിക്കാമെന്ന് തീരുമാനിച്ചു. *ഞാൻ എന്തുകൊണ്ട് നിരീശ്വരവാദിയായി?* എന്നായിരുന്നു ആ പുസ്തകത്തിന്റെ പേര്. അതും കൂടി കണ്ടപ്പോൾ ആ പുസ്തകം വായിക്കാനുള്ള എന്റെ ആകാംക്ഷ കൂടുകയാണ് ചെയ്തത്. എങ്ങനെയെങ്കിലും സമയം കണ്ടെത്തി ആ പുസ്തകം വായിക്കാൻ ഞാൻ തീരുമാനിച്ചു. അന്ന് രാത്രിവരെ ഇരുന്ന് ഞാനാപുസ്തകം വായിച്ചു. അങ്ങനെ കുറച്ചു ദിവസം വെറുതെ കളയുന്ന സമയം ആ പുസ്തകം വായിക്കാൻ ഉപയോഗിച്ചു. അതിലെ ഓരോ വരിയും വായിക്കുമ്പോൾ എന്റെ മനസിൽ ഉണ്ടായ പ്രചോദനം പറഞ്ഞറിയിക്കാനാവാത്തതായിരുന്നു. അങ്ങനെ ഒരുദിവസം ഞാൻ ആ പുസ്തകം വായിച്ചു തീർത്തു. അന്നു മുതൽ ഞാൻ തികച്ചും ഒരു നിരീശ്വരവാദിയായി മാറിയോ എന്നെനിക്ക് സംശയം തോന്നി. ഈ വിഷയത്തെക്കുറിച്ച് കൂടുതൽ കൂടുതൽ അറിയണമെന്ന് തോന്നി. ഞാൻ മാഷിനോടും അമ്മയോടും അച്ഛനോടുമെല്ലാം ഇതിനെക്കുറിച്ച് ചോദിക്കാൻ തുടങ്ങി.

മറ്റു പുസ്തകങ്ങൾ വായിച്ചപ്പോഴാണ് പുതിയ ഒരു വിവരം എനിക്കു കിട്ടിയത്. ഈ ദൈവത്തെ ചൊല്ലി, ദൈവമുണ്ടാവാൻ കാരണമായ മതത്തെച്ചൊല്ലി തർക്കം ഉണ്ടത്രെ! അവർ ഈ പേരിൽ ചെയ്തു കൂട്ടുന്ന കുറ്റകൃത്യങ്ങൾ..... ഹൊ.... അതെനിക്ക് വിശ്വസിക്കാനാവാത്തതായിരുന്നു. മനുഷ്യർക്ക് എങ്ങനെ ഇത്രയും വിഡ്ഢികളും ക്രൂരന്മാരും ആവാൻ കഴിയുന്നു! ഈ തർക്കമുണ്ടാക്കുന്ന ടീമുകൾ ആരൊക്കെയാണെന്നറിയേണ്ടേ? പ്രധാനമായും മഹാ മാന്യരായ ഹിന്ദുക്കളും മുസ്ലീങ്ങളും. ക്രിസ്ത്യാനികളും മോശമല്ലേ. ഇവർ തമ്മിലുള്ള പോരാട്ടങ്ങൾ ഫുട്ബാൾ മത്സരം പോലെയല്ലേ മുന്നേറുന്നത്. കണ്ടു നിൽക്കുന്നവർക്ക് ആകാംക്ഷ, തർക്കമുണ്ടാക്കുന്നവർ, അതായത് കളിക്കളത്തിലുള്ളവർക്ക് ഗോൾ അടിക്കാനുള്ള വെപ്രാളം. ഹിന്ദുക്കളാണ് ഏറ്റവും നല്ല കളിക്കാർ, കാരണം അവരല്ലേ ഭൂരിപക്ഷം. എന്നാൽ മുസ്ലീങ്ങളോ, ഒട്ടും മോശമല്ലതാനും.

മുസ്ലീങ്ങളെ ഈ രാജ്യത്ത് ജീവിക്കാൻ സമ്മതിക്കില്ല എന്ന് ഹിന്ദുക്കൾ- അവർ അതിനുവേണ്ടി രാജ്യത്തിനൊരു പേരു തന്നെ കൊടുത്തു -ഹിന്ദുസ്ഥാൻ. തങ്ങളെ ജീവിക്കാൻ അനുവദിക്കാത്തവർ ഈ രാജ്യത്ത് വേണ്ട എന്ന് മുസ്ലീങ്ങൾ അതായത്, ഹിന്ദുക്കളില്ലാതായാൽ പിന്നെ ഭാരതം മുസ്ലീങ്ങളുടെ നാടല്ലേ! ഈ രണ്ടു കൂട്ടരെയും ജീവിക്കാൻ അനുവദിക്കില്ലെന്ന് ക്രിസ്ത്യാനികൾ. അങ്ങനെ, അങ്ങനെ രാജ്യത്തിനുവേണ്ടിയുള്ള ഈ വിഡ്ഢികളുടെ തർക്കം ഉണ്ടാക്കിയ നാശനഷ്ടങ്ങൾ, കുറ്റകൃത്യങ്ങൾ അവർക്ക് പോലും വിശ്വസിക്കാനാവാത്തതാണ്. സ്ത്രീകളെയും കുട്ടികളെയും പോലും അവർ വെറുതെ വിടുന്നില്ല. തർക്കത്തിനില്ലാത്ത ഒരു ഹിന്ദുവിനോട് ഈ തർക്കത്തെക്കുറിച്ചുള്ള അഭിപ്രായം ചോദിച്ചാൽ അയാൾ പറയും. " എന്ത് ഹിന്ദുക്കൾ, എന്ത് മുസ്ലീങ്ങൾ? ഇവരെല്ലാം ജനിച്ച നാടല്ലേ ഇത്? ഇവർക്കെല്ലാം അവകാശമുള്ള നാടല്ലേ ഇത്? പിന്നെ എന്തിനാണ്, ഈ ആവശ്യമില്ലാത്ത തർക്കം?" എന്ന്. എന്നിട്ടോ....അവസാനം പറയും "എന്നാലും ഹിന്ദുക്കളല്ലേ കൂടുതൽ, അപ്പോൾ ഈ മുസ്ലീങ്ങൾക്കൊന്ന് വിട്ടുകൊടുക്കാമായിരുന്നു" എന്ന്. ഈ

തർക്കത്തെക്കുറിച്ച് ഒരു മുസ്ലീമിനോടാണ് ചോദിക്കുന്നതെങ്കിൽ അയാളും ഇതുതന്നെ പറയും. പക്ഷേ അവസാനം പറയും–“എന്നാലും ഏറ്റവും കൂടുതലായ ഹിന്ദുക്കൾ ദയ ഇല്ലാത്ത മനുഷ്യർ തന്നെ” എന്ന്. മനുഷ്യർക്കെങ്ങനെ ഇങ്ങനെയൊക്കെ ചിന്തിക്കാൻ പറ്റുന്നു എന്നതാണ് ഏറ്റവും വലിയ അതിശയം. അപ്പോഴും ഒരു പ്രശ്നം അലട്ടാൻ തുടങ്ങി. എങ്ങനെയാണ് മനുഷ്യർ ദൈവത്തിൽ വിശ്വസിക്കാൻ തുടങ്ങിയത്? ഇതുവരെ തെളിയിക്കാത്തതും, ആരും കണ്ടിട്ടില്ലാത്തതുമായ ഒരു അപാര ശക്തിയുണ്ടെന്ന് മനുഷ്യർ എന്തിന് വിശ്വസിക്കുന്നു? അങ്ങനെ ഒരു ശക്തിയുണ്ടെങ്കിൽ സ്വാതന്ത്ര്യ സമരത്തിൽ ബ്രിട്ടീഷുകാർക്ക് ബോധോദയം ഉണ്ടാക്കി ഇന്ത്യയെ രക്ഷിക്കാത്തതെന്തുകൊണ്ട്? ആ പോരാട്ടങ്ങളിലൊക്കെ മരണമടഞ്ഞ ധീരനേതാക്കളുടെ രക്തം കണ്ട് രസിക്കാനാണോ? പ്രശ്നങ്ങളുണ്ടാക്കിയതിനു ശേഷം മനുഷ്യർ ആ വിഷമങ്ങളിൽ സങ്കടപ്പെടുന്നത് കണ്ട് രസിക്കുക ഏറ്റവും വലിയ ഒരു ക്രൂരന്റെ ലക്ഷണമാണ്.

ഈ ലോകത്ത് എത്രമാത്രം പട്ടിണിപ്പാവങ്ങളുണ്ട്, അവരുടെ ദുഃഖം കാണാൻ ഈ ഈശ്വരനെന്താ സമയമില്ലേ? ചിലർ പറയുന്നു കഴിഞ്ഞ ജന്മത്തിൽ ചെയ്ത പാപത്തിന്റെ ഫലമായിട്ടാണ്, ഈ ജന്മത്തിൽ ദൈവമവർക്ക് ശിക്ഷ കൊടുക്കുന്നതെന്ന്. അതെങ്ങനെ ശരിയാകും? ഇങ്ങനെ ശിക്ഷകൊടുത്താൽ അതവരെ കൂടുതൽ തെറ്റ് ചെയ്യാനല്ലേ പ്രേരിപ്പിക്കുകയുള്ളൂ. ഒരാൾ ഒരു തെറ്റുചെയ്താൽ അതിനെ പറഞ്ഞു തിരുത്തിക്കൊടുക്കാതെ, ശിക്ഷകളിലൂടെ വീണ്ടും ആ തെറ്റു ചെയ്യാനുള്ള പ്രേരണ കൊടുക്കുക എന്നതാണ് ലോകത്തിലെ ഏറ്റവും വലിയ തെറ്റ്.

സ്വയം കണ്ടുപിടുത്തങ്ങൾ നടത്തി തെളിയിക്കുന്ന കാര്യങ്ങൾ മാത്രം വിശ്വസിക്കുന്ന ശാസ്ത്രജ്ഞർപോലും, ഇതുവരെ തെളിയിക്കാത്ത ഈ ശക്തിയിൽ വിശ്വസിക്കുന്നതെന്തിനെന്ന് എനിക്ക് ഇപ്പോഴും മനസിലാകുന്നില്ല.

# 3

**ഈ** വിഷയത്തെക്കുറിച്ച് കൂടുതൽ അറിയാനുള്ള ആകാംക്ഷ മൂലം ഞാൻ കൂടുതൽ കൂടുതൽ പുസ്തകങ്ങൾ വായിക്കാൻ തുടങ്ങി. അതിൽ പല പുസ്തകങ്ങളിലെയും വരികൾ എന്നെ വല്ലാതെ മാറ്റിമറിച്ചു. എന്റെ മനസിൽ അവ ശരിക്കും പതിഞ്ഞു. പുസ്തകങ്ങൾ വായിച്ചതിനുശേഷം എനിക്ക് അത്ഭുതം തോന്നി. പല രാജ്യങ്ങളിലും പല സംസ്കാരമാണെന്ന് നമുക്കറിയാമല്ലോ. അതുപോലെ അവർ ആരാധിക്കുന്ന ദൈവങ്ങളിലും നല്ല വ്യത്യാസമുണ്ടത്രെ! ഏറ്റവും പ്രാചീനമായ മനുഷ്യസംസ്കാരം ഈജിപ്റ്റിന്റേതാണ്. അവരുടെ ദൈവം 'ര' അഥവാ 'സൂര്യൻ' ആയിരുന്നു (ബി സി 4000 വരെ). എന്തിന് അധികം പറയണം? ലോകം ഉണ്ടായപ്പോൾ മനുഷ്യർ സൂര്യനെയും ചന്ദ്രനെയും പ്രകൃതി പ്രതിഭാസങ്ങളെയും ഭയപ്പെട്ടിരുന്നു. ആ ഭയം

കൊണ്ടുതന്നെയാണ് അവർ അതിനെയൊക്കെ ആരാധിച്ചു തുടങ്ങിയതും. പിന്നെ ആ ആരാധാന തന്നെയാണ് ദൈവം എന്ന കഥാപാത്രമായി മാറിയതും. ഇതിനൊക്കെ ശേഷം മനുഷ്യർ സ്വയം ഉണ്ടാക്കിയ കഥകളിലെ കഥാപാത്രങ്ങൾ മാത്രമായിരുന്നവരാണ് ഇപ്പോൾ ദൈവങ്ങളായി മാറിയിരിക്കുന്നത്.

'ശമ്മാസി' എന്ന പേരിൽ യൂഫ്രട്ടീസ് ടൈഗ്രീസ് നദീസംസ്കാരവും സൂര്യനെയാണ് ആരാധിച്ചിരുന്നത്. ലോകം മുഴുവൻ ആഘോഷിക്കുന്ന ഡിസംബർ മാസം 25–ാം തിയതിയിലെ ക്രിസ്തുമസ് ഒരു സൂര്യോത്സവമാണ്. ഇന്ത്യയിലെ ദ്രാവിഡർ 'ഇന്ദ്രനി'ലും, ഓം' എന്ന മന്ത്രത്തിലും വിശ്വസിച്ചിരുന്നു. ഇതേ സമയം അറേബ്യയിലെ സെമിറ്റിക്കുകൾ 'അൽ–ഇലാഹി'യിലും, ചൈനക്കാർ ആകാശദേവനിലും, പാഴ്സികൾ വെളിച്ചത്തിലും വിശ്വസിച്ചു.

ഈശ്വരൻ എന്നാൽ 'ഈശത്വം' – (അധികാരമുള്ളവൻ) എന്നാണർഥം. നമ്മുടെ മുകളിൽ വേറെ ഒരാളുടെ അധികാരം എന്തിനാണ്? ഈ അധികാരത്തെ നമ്മൾ ഭയക്കേണ്ടി വരുന്നില്ലേ? ഈ ഭയം നമ്മെ ഭീരുക്കളാക്കുന്നു. നമ്മൾക്ക് എന്ത് സന്തോഷം വന്നാലും അത് ദൈവത്തിന്റെ കാരുണ്യം, എന്നാൽ, എന്ത് ദുഃഖം വന്നാലും അത് വിധിയാണ്. അതെന്താ അങ്ങനെ? ഈ ഈശ്വരനാണല്ലോ എല്ലാം സൃഷ്ടിക്കുന്നത്? പിന്നെ അതെങ്ങനെയാണ് വിധിയായി മാറുക?

എനിക്ക് പ്രസംഗിക്കാൻ ഒരു അവസരം കിട്ടിയാൽ ഞാനിതെല്ലാം പറയും. അച്ഛനുമമ്മയും ഇല്ലാത്തനേരം നോക്കി ഞാൻ കണ്ണാടിയുടെ മുന്നിൽനിന്ന് പറഞ്ഞുതുടങ്ങി, ഒരു പ്രാസംഗികയെപ്പോലെ:

"സുഹൃത്തുക്കളേ ഞാനൊന്ന് ചോദിക്കട്ടെ. മണ്ണിലും വിണ്ണിലും തൂണിലും തുരുമ്പിലും ചക്കേലും മാങ്ങേലുമൊക്കെ ദൈവമുണ്ടെങ്കിൽ, ലോകത്ത് നടക്കുന്ന, പ്രകൃതിയിൽ നടക്കുന്ന ദുരന്തങ്ങൾ തടയാനുള്ള കരുത്തുപോലും അയാൾക്കില്ലേ? അല്ലെങ്കിൽത്തന്നെ നിങ്ങൾക്ക് മണ്ണിലും വിണ്ണിലുമൊക്കെ നോക്കി പ്രാർഥിച്ചാൽപ്പോരെ? യാതനകൾ സഹിച്ച് എന്തിന് ശബരിമല

യിലും മെക്കയിലും മറ്റും പോണം? എത്രമാത്രം ആളുകളാണ് ശബരിമലയിലെയും, മെക്കയിലെയും മറ്റും തിരക്കുകളിൽപ്പെട്ട് മരിക്കുന്നത്? നമ്മളെ കാണാൻ വരുന്ന അതിഥികളെ നമ്മൾ കൊല്ലുകയാണോ ചെയ്യുന്നത്? അതുപോലെ തന്നെയല്ലേ ഈശ്വരനും ചെയ്യുന്നത്? തന്നെ കാണാൻ വരുന്ന ആളുകളെ വിഷമിപ്പിക്കുന്നത് ശരിയാണോ? നേരേമറിച്ച്, അവരുടെ വിഷമങ്ങൾ പരിഹരിക്കുകയല്ലേ വേണ്ടത്? അമ്പലങ്ങളിൽ ഒരു പെട്ടി വെച്ചിരിക്കുന്നത് ഞാൻ കണ്ടിട്ടുണ്ട്. അതിനെ കാണിക്കയെന്നോ മറ്റോ ആണ് വിളിക്കുന്നത്. അതിൽ ഭക്തർ പണമിടണമത്രെ! എന്തിനാണത്? ദൈവത്തിന് മിഠായികളും പുത്തൻ വസ്ത്രങ്ങളും വാങ്ങാനാണോ? അല്ലല്ലോ? സുഹൃത്തുക്കളേ, ഒരു കാര്യം നിങ്ങൾ മനസിലാക്കുക: ഇല്ലാത്ത കഥകൾ ഉണ്ടാക്കി പഴയ കാലത്ത് ജീവിച്ചവർ ദൈവമുണ്ടെന്ന് വരുത്തിത്തീർത്ത് നമ്മളെ പറ്റിക്കാൻ നോക്കിയതൊന്നുമല്ല. കഥയെഴുതാൻ കഴിവുള്ളവർ കഥയെഴുതി. അതിലെ കഥാപാത്രങ്ങളെ ആരാധിച്ചിരുന്നവരും, അവയെ ഭയപ്പെട്ടിരുന്നവരും ഈ കഥാപാത്രങ്ങൾ യാഥാർഥ്യമാണെന്നും അവർ ദൈവങ്ങളാണെന്നും വരുത്തിത്തീർത്തു.

നിങ്ങളൊന്ന് മനസിലാക്കുക– ഒരാഴ്ചയിൽ വഴിപാടിനും, അമ്പലത്തിനും വേണ്ടി ചെലവാക്കുന്ന പണം കൊണ്ട് ഒരു മാസത്തെ അരിയാണ് ലഭിക്കുക. നമ്മുടെ നാട്ടിലെ കർഷകർ ഇപ്പോൾ അനുഭവിക്കുന്ന യാതനകൾ ഈശ്വരൻ മൂലമാണെങ്കിൽ, ആ യാതനകൾ അനുഭവിക്കുന്നത് അവരുടെ കുടുംബങ്ങളും കൂടിയാണ്. അവർക്ക് കിട്ടാനുള്ള ശമ്പളത്തിന്റെ വലിയ ഒരു പങ്കാണ്, ഈശ്വരൻ നമ്മൾ വഴി, അമ്പലങ്ങൾ വഴി കൈപ്പറ്റിക്കൊണ്ടിരിക്കുന്നത്. നമ്മൾക്കുണ്ടാവുന്ന പ്രശ്നങ്ങൾ പരിഹരിക്കാൻ ഈശ്വരൻ കാണിക്കവഴി കൈക്കൂലിയല്ലേ വാങ്ങുന്നത്? നമ്മൾക്ക് പനി വരുമ്പോൾ നമ്മൾ 'ദൈവമേ എന്റെ പനിയൊന്ന് മാറ്റിത്തരണേ' എന്ന് പറയാറില്ലേ? അതെന്തിനാ? ദൈവത്തിന് അത് മാറ്റാനറിയില്ലേ? ഈശ്വരന് കുട്ടികളോട് വലിയ സ്നേഹമാണെന്ന് പറഞ്ഞു കേട്ടിട്ടുണ്ട്. എങ്കിൽപ്പിന്നെ ക്യാൻസർ ബാധിച്ച് ദിവസങ്ങൾ എണ്ണിയെണ്ണി കഴിയുന്ന എത്രയോ കുട്ടി

ഭഗവതി

കളുണ്ട്? അവർക്ക് സുഖപ്രാപ്തി നൽകിക്കൂടേ? അവർ എന്ത് തെറ്റാണ് ദൈവത്തോട് ചെയ്തത്?"

ഇത്രയും കണ്ണാടിയുടെ മുമ്പിൽ നിന്ന് പറഞ്ഞപ്പോൾ എനിക്ക് എന്തെന്നില്ലാത്ത സന്തോഷം തോന്നി. മനസിലുള്ള തൊക്കെ ഒരു സുഹൃത്തിനോട് പറഞ്ഞതുപോലെ. അത് എന്റെ മനസിലെ വലിയ ഒരു ഭാരം ഇറക്കിവെച്ചു.

സ്കൂളിൽ പോകുമ്പോൾ, എന്റെ പെരുമാറ്റവും വർത്തമാനവും ഒരുപാട് മാറിയിട്ടുണ്ടെന്ന് എല്ലാവരും പറഞ്ഞു. വെറും പൊങ്ങച്ചത്തിനുവേണ്ടിയാണത്രെ ഞാൻ നിരീശ്വരവാദത്തെ പുകഴ്ത്തുന്നത്. ആദ്യമൊക്കെ ഇത് കേൾക്കുമ്പോൾ എനിക്ക് വിഷമം തോന്നിയിരുന്നെങ്കിലും പിന്നെ പിന്നെ ഞാനത് കാര്യമാക്കിയില്ല. പക്ഷേ, ആയിഷയും സീമയും മേരിയുമുൾപ്പെടെയുള്ളവർ എന്നെ തള്ളിപ്പറയാൻ തുടങ്ങിയപ്പോൾ എനിക്ക് വല്ലാത്ത വിഷമം തോന്നി. പക്ഷേ, സാരമില്ല, എനിക്ക് മാഷും, അമ്മയും അച്ഛനുമെല്ലാം കൂട്ടുണ്ടല്ലോ. കുറച്ചുനാൾ കഴിയുമ്പോൾ അവർക്കും എല്ലാം മനസിലാകും എന്ന് ഞാൻ വിശ്വസിക്കുന്നു. ചിലപ്പോഴൊക്കെ അവരെന്നെ തള്ളിപ്പറയുമ്പോൾ എനിക്ക് ദേഷ്യം വരുമായിരുന്നു. അപ്പോഴൊക്കെ ഞാൻ മനസിൽ വിചാരിക്കും "ഇവർ ദൈവം ഉണ്ട് എന്ന് വിശ്വസിക്കുന്നതിനെ ഞാൻ എതിർത്തിട്ടില്ലല്ലോ? അങ്ങനെ വിശ്വസിക്കരുത് എന്ന് പറഞ്ഞിട്ടുമില്ല. പിന്നെ എന്റെ വിശ്വാസങ്ങൾ മാത്രം തള്ളിപ്പറയുന്നതെന്തിന്." ഞാൻ വീട്ടിൽച്ചെന്ന് ഇതെല്ലാം അമ്മയോട് പറയും. അപ്പോൾ അമ്മയുടെ വാക്കുകൾ എന്നെ സമാധാനിപ്പിക്കും.

അങ്ങനെയിരിക്കെ ഒരുദിവസം ഞാൻ ഫസ്റ്റ് ബെല്ലടിച്ചപ്പോൾ ക്ലാസിൽ കയറി, എന്നിട്ട് സീമയും, ആയിഷയുമൊക്കെ സംസാരിക്കുന്നത് കണ്ട് അവരുടെ അടുത്തേക്ക് ചെന്നു. അപ്പോൾ അവർ എന്നോട് പറഞ്ഞു:

"നീ ഇനി ഞങ്ങളുടെ അടുത്തേക്ക് വരണ്ട. കാരണം, നീ ഒരു അവിശ്വാസിയാണ്."

ഇതുകേട്ടപ്പോൾ ഇത്രയും നാൾ അടക്കിവെച്ചിരുന്ന എന്റെ

ദേഷ്യവും സങ്കടവും ഒക്കെ പുറത്തുവന്നു. ഇന്നേവരെ ഉറക്കെ സംസാരിക്കാത്ത ഞാൻ അവരോട് ഉറക്കെ ചോദിച്ചു:

"ആരു പറഞ്ഞു ഞാൻ വിശ്വാസിയല്ലാന്ന്?"

ഒന്ന് പതറിയെങ്കിലും അതേ സ്വരത്തിൽ അവരെന്നോട് പറഞ്ഞു;

"ഞങ്ങളുടെ അച്ഛനും അമ്മയും പറഞ്ഞു നീ അവിശ്വാസിയാണ്, നിന്നോടുള്ള കൂട്ട് അവസാനിപ്പിക്കണം എന്ന്."

ഇതുകേട്ട് ഞാൻ ഞെട്ടിപ്പോയി. ഞാൻ അവരോട് കരഞ്ഞുകൊണ്ട് ഉറക്കെ ചോദിച്ചു:

"ഞാൻ എങ്ങനെ അവിശ്വാസിയാകും? ഞാൻ വിശ്വാസിയാണ്. ദൈവമില്ലാ എന്ന് വിശ്വസിക്കുന്ന വിശ്വാസി."

അപ്പോഴാണ് മാഷ് വന്നത്.

"എന്താ അവിടെ?"

മാഷ് ചോദിച്ചു. ക്ലാസ് നിശ്ശബ്ദമായി. ഞാൻ പെട്ടെന്ന് കണ്ണുനീർ തുടച്ചു. ഒന്നും സംഭവിക്കാത്തതുപോലെ ഭാവിച്ചു. പതുക്കെ മാഷിന്റെ ശ്രദ്ധ ഞങ്ങളിൽ നിന്ന് മാറുകയും ചെയ്തു. സ്കൂള് വിട്ട് കഴിഞ്ഞ് ഞാൻ വീട്ടിലേക്ക് മടങ്ങുകയായിരുന്നു. വഴിയിൽ വെച്ച് ഞാൻ ആലോചിച്ചു: 'എന്ത് കുറ്റമാണ് ഞാൻ ചെയ്തത്. ദൈവമില്ല എന്ന് വിശ്വസിച്ചതോ എന്തായാലും എന്നെ വേണ്ടാത്തവരെ എനിക്കും വേണ്ട. സ്വന്തം സുഹൃത്തിനെ മനസിലാക്കുന്നവരാണ് ഏറ്റവും നല്ല സുഹൃത്തുക്കൾ. അവരെന്നെ മനസിലാക്കുന്നില്ല.' ഇതെല്ലാം ആലോചിച്ച് മെല്ലെ നടന്നതു കാരണം ഞാൻ വീട്ടിലെത്താൻ വൈകി. പരിഭ്രമിച്ച് അമ്മ ഉമ്മറത്തുതന്നെ ഉണ്ടായിരുന്നു.

"എന്താ താമസിച്ചേ?"

ഞാൻ എല്ലാം അമ്മയോട് പറഞ്ഞു. അപ്പോഴും എന്നെ സമാധാനിപ്പിക്കാൻ അമ്മയുടെ വാക്കുകളുണ്ടായിരുന്നു. കുളിച്ചു കഴിഞ്ഞ് ഞാൻ ഉറങ്ങാൻ കിടന്നു. എന്റെ മനസിൽ കുറേ സംശയങ്ങൾ ആളിക്കത്തുന്നുണ്ടായിരുന്നു. എനിക്ക് മനസിന് സ്വസ്ഥത കിട്ടുന്നില്ലായിരുന്നു. പിന്നെ ഞാൻ എങ്ങനെയോ മയങ്ങിപ്പോയി.

## 4

**ഞാ**ൻ രാവിലെ എഴുന്നേറ്റു. ഇന്ന് അവധിയാണ്. കാരണം നാളെ പരീക്ഷയാണ്. എന്നാൽ പഠിക്കാൻ പോലും എനിക്ക് തോന്നുന്നില്ല. ഞാൻ ഭക്ഷണം കഴിച്ചു, പതിവിലും വളരെ കുറച്ച്. പഠിക്കാനിരുന്നപ്പോൾ ഞാൻ എന്നോട് തന്നെ പറഞ്ഞു: 'ഇപ്പോൾ മനസിലുള്ളതെല്ലാം മായ്ച്ചു കളഞ്ഞേക്ക്. നാളെ സോഷ്യലാണ്. ഏറ്റവും പാടുള്ള വിഷയമാണ് അതെനിക്ക്. അതുകൊണ്ട് വേറെയൊന്നും മനസിൽ വേണ്ട.' പക്ഷേ, ഇതൊക്കെ വെറുതേയായിരുന്നു കേട്ടോ, എന്നെ എനിക്കുതന്നെ സമാധാനിപ്പിക്കാൻ. ഞാൻ എന്തുചെയ്താലും എന്റെ മനസിൽ എന്റെ ചിന്തകൾ മായാതെ നിലനിൽക്കും. എന്നാലും ഞാൻ പഠിച്ചു. പക്ഷേ എന്റെ ചിന്തകളെ ചങ്ങലയ്ക്കിടാനോ, ഒതുക്കി വയ്ക്കാനോ എനിക്ക് കഴിഞ്ഞിരുന്നില്ല.

എനിക്കത് തീരെ ഇഷ്ടമായിരുന്നില്ല. പഠിച്ചു കഴിഞ്ഞതു കാരണം ഞാൻ അൽപ്പം സമാധാനത്തിനുവേണ്ടി ഉറങ്ങാൻ തീരുമാനിച്ചു. ഞാൻ നന്നായുറങ്ങി. സുഖമായി എഴുന്നേറ്റു. പഠിച്ചതിൽ തൃപ്തിയില്ല. നല്ല മാർക്ക് കിട്ടില്ലാ എന്നതിൽ 100 ശതമാനം ഉറപ്പ്. ഒന്നുകൂടി പഠിച്ചതു മറിച്ചുനോക്കാൻ മടി. കിട്ടുന്ന മാർക്ക് മതി. എന്തായാലും തോൽക്കില്ല. അമ്മ പുറത്തുപോയിരിക്കുകയാണ്. നല്ലതുപോലെ ബോറടിക്കുന്നു. സ്ഥിരം ഹോബിയായ ടിവി കാണൽ രണ്ടുമൂന്നു ദിവസമായി ഇല്ല. എന്തെങ്കിലും പുസ്തകം വായിക്കാം. എനിക്കിഷ്ടമുള്ള ഒരാളുടെ പുസ്തകം തന്നെ ആവട്ടെ എന്ന് കരുതി. ഇ എം എസ് അപ്പൂപ്പന്റെ പടം കണ്ടപ്പോൾ ആ പുസ്തകം തന്നെ എടുത്തു. അമ്മ വായിക്കാറുള്ള കുറേ പുസ്തകങ്ങളുടെ ഇടയിൽ നിന്നാണ് കിട്ടിയത്. പക്ഷേ, അതെഴുതിയത് ഇ എം എസ് അല്ല. അദ്ദേഹത്തെപ്പറ്റി മറ്റൊരാൾ എഴുതിയതാണ്. അദ്ദേഹത്തിന്റെ ജീവിതരീതികളെക്കുറിച്ച് എഴുതിയതാണ്. അത് വായിച്ചുകൊണ്ടിരുന്നപ്പോൾ അമ്മ വന്നു.

"പഠിച്ചു കഴിഞ്ഞോ?"

"പിന്നേ! എപ്പോഴേ കഴിഞ്ഞു."

പുസ്തകം മടക്കിവെച്ച് ഞാൻ അടുക്കളയിലേക്ക് പോയി, വെള്ളംകുടിച്ചു. അപ്പോൾ ആരോ ബെല്ലടിച്ചു. ചെന്നു നോക്കിയപ്പോൾ അപ്പുറത്തെ രാധ. അവളെനിക്ക് മിഠായി തരാനാണ് വന്നത്. അവളുടെ പിറന്നാളാണത്രെ.

മിഠായി തന്ന ആ കൈ ഞാൻ ശ്രദ്ധിച്ചു. ഒരു കറുത്ത ചരട് ആ കൈയിൽ കെട്ടിയിരിക്കുന്നു. ഞാൻ അവളോട് ചോദിച്ചു: "എന്താ കൈയിൽ?"

"മിഠായി"

"അയ്യോ! അതല്ല! എന്താ കൈയിൽ കെട്ടിയിരിക്കുന്നേ?"

"ഓ! അതോ, അത് അമ്പലത്തിൽ നിന്ന് ജപിച്ച് കെട്ടിച്ച ചരടാ."

"അതെന്തിനാ ജപിച്ച് കെട്ടുന്നേ?"

"അയ്യേ! അതറിയില്ലേ? ഇത് ജപിച്ച് കൈയിൽ കെട്ടിയാൽ നമുക്ക് ഒരു ദോഷവും വരില്ല. ശരി എന്നാൽ ഞാൻ പോട്ടെ?"

"ങ്ങാ. എന്റെ എല്ലാവിധ പിറന്നാൾ ആശംസകളും."

"നന്ദി"

ഒരു നന്ദി പറഞ്ഞ് രാധ പോയെങ്കിലും, എനിക്ക് അവൾ പറഞ്ഞതൊന്നും മനസിലായില്ല. ഒരു ചരട് കെട്ടിയാൽ ദോഷങ്ങളെല്ലാം പോവുമെങ്കിൽ, എല്ലാവർക്കും ഒരു ചരടുംകെട്ടി നടന്നാൽ പോരെ? പക്ഷേ ഇത് ശാസ്ത്രം തെളിയിച്ചതായി ഞാൻ കേട്ടിട്ടില്ല. എന്തായാലും അമ്മയോട് തന്നെ ചോദിക്കാം. അല്ലേൽ വേണ്ട കുറച്ചു കഴിയട്ടെ. അമ്മ ഇപ്പോൾ ഉറങ്ങുകയാവും. ശല്യപ്പെടുത്തണ്ട. ഇപ്പോൾ കുളിക്കാം. കുളിച്ചു കഴിയുമ്പോഴേക്കും അമ്മ ഉണരും. അപ്പോൾ ചോദിക്കാം. ഞാൻ കുളിക്കാൻപോയി. കുളിച്ച് കഴിഞ്ഞ് വന്നപ്പോൾ അമ്മ അടുക്കളയിലായിരുന്നു. ഞാൻ അമ്മയുടെ അടുത്തേക്ക് ചെന്നു.

"അമ്മേ, എന്റെ ക്ലാസിലെ കുറേ കുട്ടികൾ കൈയിൽ ഒരു കറുത്ത ചരട് കെട്ടിയിട്ടുണ്ട്. അപ്പുറത്തെ രാധയുടെ കൈയിലും അതുണ്ട്. അതെന്തിനാ അമ്മേ?"

"മോളേ അത് അവരുടെയൊക്കെ ഒരു വിശ്വാസമാണ്. ആ ചരട് കെട്ടിയാൽ അവർക്കു അസുഖങ്ങളോ, ദുഃഖങ്ങളോ ഉണ്ടാകില്ലാ എന്ന ഒരു വിശ്വാസം"

"അത് അവരുടെ വിശ്വാസമാണെന്നോ? അത് വെറും വിഡ്ഢിത്തമല്ലേ? ഒരു കറുത്ത കട്ടിയുള്ള നൂൽ കെട്ടിയാൽ ഒരു കുഴപ്പവും ഉണ്ടാകില്ല എന്നത് ഒരിക്കലും ഒരു സത്യമായി ഞാൻ കാണുന്നില്ല. ചരട് കെട്ടിയ എത്രയോ പേരുണ്ട്? അവർക്കൊന്നും ഒന്നും സംഭവിക്കില്ലേ? ദുഷിച്ചതൊന്നും? എന്റെ ക്ലാസിൽ എന്റെയടുത്തിരിക്കുന്ന സീത കഴിഞ്ഞ തവണ പരീക്ഷയെഴുതിയില്ല. എന്താ കാരണം? അവൾക്ക് ഒരാക്സിഡന്റ് പറ്റി. അവളുടെ സൈക്കിൾ ഒരു കാറുമായി കൂട്ടിയിടിച്ചു. അവളുടെ കൈയിലും ഉണ്ടായിരുന്നില്ലേ ഈ ചരട്? അതും ഒന്നല്ല, രണ്ടെണ്ണം. ഒരു കറുപ്പും ഒരു ചുമപ്പും."

"ശരിയാണ്, പക്ഷേ നമുക്ക് എന്തു ചെയ്യാനാകും? അതൊക്കെ ഓരോ ആളുകളുടെ വിശ്വാസമല്ലേ?"

"പക്ഷേ ആ വിശ്വാസം തെറ്റല്ലേ? എല്ലാ തെറ്റുകളും തിരുത്തപ്പെടണം. അതല്ലേ നല്ലത്?"

"പക്ഷേ അത് നമ്മൾ മാത്രം വിചാരിച്ചാൽ പോരല്ലോ? നമ്മളെക്കൊണ്ട് അതിനെതിരെ ഒന്നും ചെയ്യാനാകില്ല. ഈ ലോകത്തിൽ 90 ശതമാനവും വിശ്വാസികളാണ്. ദൈവവിശ്വാസികൾ."

ഞാൻ പിന്നെ ഒന്നും മിണ്ടിയില്ല. അമ്മ വീണ്ടും ജോലിയിൽ മുഴുകി. ഞാൻ അവിടെനിന്നും എന്റെ മുറിയിലേക്ക് പോയി. അവിടെയിരുന്ന് ഞാൻ കുറേനേരം ആലോചിച്ചു. എന്തൊക്കെയോ.

പക്ഷേ അമ്മ പറഞ്ഞതിനോട് ഞാൻ യോജിക്കുന്നില്ല. അമ്മയുടെ ആ ധാരണയാണ് തെറ്റ്. നമ്മളെക്കൊണ്ട് ഒന്നും ചെയ്യാനാകില്ല എന്നത് ഒരു വലിയ തെറ്റാണ്. നമ്മളെക്കൊണ്ട് ഒന്നും ചെയ്യാനാകില്ലാ എന്ന് നമ്മൾ മാത്രമല്ല വിശ്വസിക്കുന്നത്. കുറേപ്പേർ അങ്ങനെതന്നെ വിശ്വസിക്കുന്നു. അങ്ങനെ എല്ലാവരും വിശ്വസിച്ചാലോ? പിന്നെ നമ്മളും ദൈവവിശ്വാസികളും തമ്മിൽ എന്താ വ്യത്യാസം? ദൈവവിശ്വാസികൾ പറയുന്നത് അവർക്ക് ഒന്നും ചെയ്യാൻ കഴിയില്ല എന്നാണ്. എല്ലാം ദൈവത്തിനുമാത്രമേ ചെയ്യാൻ കഴിയൂ അത്രെ!! –അത് വളരെ വിഡ്ഢിത്തമായ കാഴ്ചപ്പാടാണ്. ദുഃഖം എന്നാൽ വിധി, സന്തോഷമെന്നാലോ ദൈവത്തിന്റെ കാരുണ്യം.

ഇതൊന്നും ശരിയാണെന്ന് എനിക്ക് തോന്നുന്നില്ല. മറ്റുള്ളവരുടെ തെറ്റായ ധാരണകൾ ശരിയാണെന്ന് നടിച്ച് മിണ്ടാതിരിക്കാൻ എനിക്ക് ബുദ്ധിമുട്ടാണ്. എന്നാൽ അവരുടെ തെറ്റിധാരണകൾ തിരുത്താൻ എനിക്ക് ആഗ്രഹമുണ്ട്. ആഗ്രഹം മാത്രമല്ല ഞാനത് നിറവേറ്റും. അമ്മയുടെ ധാരണയും ഞാൻ മാറ്റും. മനുഷ്യൻ വിചാരിച്ചാൽ നടക്കാത്തതായി ഒന്നുംതന്നെയില്ല എന്ന് അച്ഛൻ എനിക്ക് പറഞ്ഞുതന്നിട്ടുണ്ട്. പക്ഷേ ഇപ്പോഴും എന്റെ മനസിൽ എന്തോ ഒരു ഭാരമുണ്ട്. എന്തുകൊണ്ടെന്നെനിക്ക് അറിയില്ല. ചിന്തകളിൽ മുഴുകിയ ഞാൻ ഫോണടിക്കുന്ന ശബ്ദം

കേട്ടപ്പോൾ ഒന്നു ഞെട്ടി. ഞാൻ എഴുന്നേറ്റ് ഫോണെടുക്കുംമുമ്പ് അമ്മ ഫോണെടുത്തു. അമ്മയുടെ ഫോണിലൂടെയുള്ള സംഭാഷണം കേട്ടപ്പോൾ എനിക്ക് മനസിലായി, വിളിച്ചത് അമ്മയുടെ ഒരു സുഹൃത്താണ്. എനിക്കറിയാം ആ ആന്റിയെ. ഒരു പാവമാണ്. പക്ഷേ പറയുന്നതെല്ലാം മണ്ടത്തരങ്ങളാണ്. സദാ ഭജനയ്ക്ക് പോവുകയാണ് പണി. ആ ആന്റി നന്നായി പാടും. ഒരുപാടു പരിപാടികളിൽ അവർക്ക് പാടാൻ അവസരങ്ങൾ കിട്ടിയിട്ടുണ്ട്. ഭജനയല്ലാതെ അവർ ഒന്നും പാടില്ലത്രെ. "ദൈവം എനിക്ക് നൽകിയ കഴിവ്, ഞാൻ അദ്ദേഹത്തിനു തന്നെ സമർപ്പിക്കും." ഇതാണ് അവർ എപ്പോഴും പറയാറ്. ഞാൻ കുറേ വർഷങ്ങൾ മുമ്പ് അവരുടെ വീട്ടിൽ അമ്മയോടൊപ്പം പോയിട്ടുണ്ട്. അതൊരു നല്ല വലിയ വീടാണ്. അവർ ആ വീട്ടിൽ ഒറ്റയ്ക്കാണ് താമസിക്കുന്നത്. എന്റെ അമ്മ അന്നവരോട് ചോദിച്ചു:"നിനക്കീ വീട്ടിൽ ഒറ്റയ്ക്കുതാമസിക്കാൻ പേടിയില്ലേ?" എന്ന്. അപ്പോൾ അവരുടെ മറുപടി ഇന്നും ഞാൻ ഓർക്കുന്നു. അവർ പറഞ്ഞു: "ആരു പറഞ്ഞു ഞാൻ ഒറ്റയ്ക്കാണെന്ന്. എന്റെ കൂടെ ദൈവമുണ്ട്. വിശ്വാസത്തിന്റെ മായാവലയത്തിലാണ് ഞാനിപ്പോൾ. എനിക്ക് ചുറ്റും രക്ഷകനായി ആരോ ഉണ്ട്."

അവരെ പറഞ്ഞു മനസിലാക്കിപ്പിക്കാൻ ആർക്കും കഴിയില്ല. ഒരു കാര്യം എനിക്കറിയാം. ആ വീട്ടിൽ മോഷണങ്ങൾ പല പ്രാവശ്യം നടന്നിട്ടുണ്ട്. അപ്പോൾ അവരുടെ ചുറ്റുമുണ്ടായിരുന്ന ദൈവം ചായകുടിക്കാൻ പോയതായിരിക്കും. പക്ഷേ, ഇന്നും അവരുടെ വിശ്വാസം കൂടുകയല്ലാതെ ഒന്നും സംഭവിച്ചിട്ടില്ല. മോഷണം നടന്ന സമയത്ത് എന്റെ അമ്മ അവരോട് ചോദിച്ചിട്ടുണ്ട്: "ഇപ്പോൾ നിങ്ങളുടെ ദൈവം എവിടെപ്പോയി?" എന്ന്. അപ്പോഴൊക്കെ അവർ പറയുന്നത് ഒരൊറ്റ വാക്കാണ്– "വിധി." ഇന്ന് ഞാൻ ഏറ്റവും കൂടുതൽ വെറുക്കുന്ന വാക്കാണത്.

പെട്ടെന്ന് ആരോ എന്നെ വിളിച്ചു. അതെ അമ്മതന്നെയാണത്.

"എന്താമ്മേ?"

"വാ, ഊണു കഴിക്കാം."

ഞാൻ ഉണ്ണാനായി കൈ കുഴുകി. അമ്മ മേശപ്പുറത്ത് ചോറും കറിയും നിരത്തുകയാണ്. പെട്ടെന്നാരോ ബെല്ലടിച്ചു. ഞാൻ വാതിൽ തുറന്നു. അപ്പുറത്തെ രേണു ആന്റിയാണ്. "എന്താ ആന്റി?"

"കുറച്ചു പായസമാണ്. മോളിത് അടുക്കളയിൽ കൊണ്ട് വയ്ക്ക്. മോള് കഴിക്കണേ. പൊങ്കാല പായസമാണ്."

ഞാൻ തലകുലുക്കി. പായസം ആന്റിയുടെ കൈയിൽ നിന്നും വാങ്ങി ഞാൻ അടുക്കളയിൽ വച്ചു. അമ്മ ആന്റിയോട് അകത്തേക്ക് വരാൻ പറഞ്ഞു. പിന്നീട് അവർ രണ്ടുപേരും കൂടി സംസാരിച്ചിരിക്കാൻ തുടങ്ങി. ആന്റി പറഞ്ഞു. "എന്തൊരു വെയിലായിരുന്നു അവിടെ. ഭയങ്കര തള്ളും. എന്റെ അടുത്തിരുന്ന ഒരു സ്ത്രീക്ക് ശ്വാസംമുട്ടലും ആസ്ത്മയും. ദൈവത്തിന്റെ കടാക്ഷം കൊണ്ട് എനിക്കൊന്നും സംഭവിച്ചില്ല. ആ സ്ത്രീയെ ആശുപത്രിയിൽ കൊണ്ടുപോയി. പാവം.. സീരിയസ് ആണെന്നാ അറിഞ്ഞത്. അവരുടെ വിധി. അല്ലാതെന്ത് പറയാൻ."

ഞാനപ്പോൾ സംശയത്തോടെ ഇരുന്നു. ആശുപത്രിയിൽ കൊണ്ടുപോയ ആ സ്ത്രീയും ദൈവത്തിനെ കാണാനല്ലേ വന്നത്. ദൈവം എന്താ ചിലരെ ഒന്നും രക്ഷിക്കില്ലേ? രേണു ആന്റി എന്ത് സന്തോഷത്തോടെ പറയുന്നു, തനിക്കൊന്നും പറ്റീല എന്ന്. ദൈവത്തിനെ കണ്ട് തന്റെ വിഷമങ്ങൾ അറിയിക്കാനും തനിക്ക് വേണ്ടപ്പെട്ടവർക്ക് ഇതുപോലെ പായസം കൊടുക്കാനും വന്നതാവില്ലേ, ആ പാവം സ്ത്രീയും. എന്നിട്ടിപ്പോൾ അവർക്ക് മാത്രമെന്താ ഒരു വിലയില്ലാത്തത്? ഇതുപോലെ എത്രയെത്ര പേരവിടെ വന്നുകാണും. അവരിൽ ആരൊക്കെ ഇതുപോലെ വയ്യാതെ തിരിച്ചു പോയിക്കാണും.............

അയ്യോ! ഇതൊക്കെ ചിന്തിച്ചിരുന്ന് സമയം പോയതറിഞ്ഞില്ല. ഇന്നെനിക്ക് ട്യൂഷൻ ഉണ്ട്. ഞാൻ വേഗം ഊണ് കഴിച്ചു. എന്നിട്ട് പോയി വേഷം മാറി. അമ്മയോടു പറഞ്ഞ് ഞാനിറങ്ങി.

# 5

**ഞാ**ൻ നടക്കാൻ തുടങ്ങി. ഒടുവിൽ സ്കൂളിലെത്തി. ഞാൻ ക്ലാസിൽ ചെന്നിരുന്നു. അപ്പോൾ ആരും വന്നിട്ടുണ്ടായിരുന്നില്ല. കുറച്ചു കഴിഞ്ഞപ്പോൾ കുട്ടികൾ ഓരോരുത്തരായി വരാൻ തുടങ്ങി. ഏറ്റവും ഒടുവിൽ ടീച്ചറും. ടീച്ചർ പാഠം പഠിപ്പിച്ചുകൊണ്ടിരുന്നു. ഞാൻ ടീച്ചർ പറയുന്നതിലൊന്നും ശ്രദ്ധിച്ചിരുന്നില്ല. എന്റെ മനസ്സ് വേറെങ്ങോട്ടോ പറക്കുകയായിരുന്നു. ക്ലാസ് മുഴുവനും ഒരു മങ്ങൽ പോലെ മാത്രമേ എനിക്ക് കാണാൻ കഴിഞ്ഞിരുന്നുള്ളൂ. കുറേക്കഴിഞ്ഞ് കുട്ടികൾ എഴുന്നേറ്റ് പോകാൻ തുടങ്ങിയപ്പോൾ എനിക്ക് മനസിലായി ക്ലാസ് കഴിഞ്ഞൂന്ന്. ഞാൻ വീട്ടിലേക്ക് നടക്കും വഴി പല കുട്ടികളും എന്റെ മുന്നിലുണ്ടായിരുന്നു. ആരും

ലോറി ഇടിച്ച്
സ്കൂൾ വിദ്യാർ
ത്ഥി മരണമട
ഞ്ഞു

തന്നെ എന്നോട് സംസാരിച്ചില്ല. എനിക്ക് അതൊരു പ്രശ്നമല്ലായിരുന്നു.

പെട്ടെന്നായിരുന്നു അത്. ഞങ്ങൾ കുട്ടികളെല്ലാം അലറിവിളിച്ചു. എല്ലാവരുടെയും മുഖത്ത് ചോരത്തുള്ളികളുണ്ടായിരുന്നു. അലറുകയല്ലാതെ ആർക്കും തന്നെ അനങ്ങാൻ പോലും കഴിഞ്ഞില്ല. എനിക്കെന്റെ കണ്ണുകളെത്തന്നെ വിശ്വസിക്കാനായില്ല. ഒരു കൊടുംകാറ്റുപോലെ വന്ന ഒരു ചരക്കു ലോറി ഞങ്ങളുടെ സീമയെ ഇടിച്ചുതെറിപ്പിച്ചു. അവൾ ഒരു മരത്തിലിടിച്ച് ചോരയിൽ കുളിച്ചു കിടക്കുന്നു. ആ ചരക്ക് ലോറി നിർത്താതെ പോയി. എനിക്ക് കരയാൻ പോലും കഴിഞ്ഞിരുന്നില്ല. ആകെ ഒരു വെപ്രാളവും പേടിയും. ഞാൻ തറയിൽ അനങ്ങാതെ കിടക്കുന്ന സീമയുടെ അടുത്തേക്ക് ഓടി. അവൾ ഇട്ടിരുന്ന മഞ്ഞവസ്ത്രം, അത്....അത് ചുവപ്പായി മാറിയിരുന്നു. ഞാൻ അവിടെയിരുന്ന് അലറിക്കരഞ്ഞു. അപ്പോൾ ആരൊക്കെയോ വന്ന് അവളെ എടുക്കുന്നതും ഒരാംബുലൻസിൽ കയറ്റുന്നതും മാത്രം ഞാൻ കണ്ടുനിന്നു. വേറെയൊന്നും കാണാൻ നിൽക്കാതെ ഞാനോടി വീട്ടിലെത്തി. അപ്പോഴേക്കും അച്ഛൻ വന്നിരുന്നു. എന്റെ മുഖത്ത് ചോരക്കറ കണ്ടപ്പോൾ എന്റെ അച്ഛനും അമ്മയും ഓടി അടുത്തേക്ക് വന്നു. പിന്നെയൊന്നും എനിക്കോർമയില്ല. എന്റെ ബോധം നശിച്ചിരുന്നു.

ഞാൻ ഉണർന്നപ്പോൾ കണ്ടത് പേടിച്ചരണ്ട അമ്മയുടെ മുഖമായിരുന്നു. എന്റെ കണ്ണുകൾ തുറക്കുന്നത് അവർ രണ്ടു പേരും കണ്ടു. അവരെന്നോട് എന്താണ് പറ്റിയതെന്നന്വേഷിച്ചു. ഞാൻ സംഭവിച്ചതെല്ലാം അവരോട് പറഞ്ഞു. അതുകേട്ടപ്പോൾ അവർക്കും വിഷമം തോന്നി. എനിക്ക് ഒന്നും തന്നെ ചെയ്യാൻ തോന്നിയില്ല. ഞാൻ കിടന്നുറങ്ങിപ്പോയി. പിന്നെ രാവിലെയാണ് എഴുന്നേറ്റത്. ഞാൻ എഴുന്നേറ്റ് അമ്മയുടെ അടുത്തേക്ക് ചെന്നു. ഞാൻ അമ്മയുടെ അടുത്തുനിന്നും ചായ വാങ്ങിക്കുടിച്ചു. അമ്മയുടെ മുഖം വല്ലാതെയിരുന്നു. ഞാൻ പിന്നെ പത്രം വായിച്ചു

കൊണ്ടിരുന്ന അച്ഛന്റെ അടുത്തേക്ക് ചെന്നു, അച്ഛൻ എനിക്ക് പത്രം തന്നിട്ടു പറഞ്ഞു, അകത്തെ പേജിൽ ഏറ്റവും മുകളിലത്തെ വാർത്ത വായിക്കാൻ. ഞാൻ വായിച്ചു.

അതിങ്ങനെയായിരുന്നു:

> ലോറിയിടിച്ച് സ്കൂൾ വിദ്യാർഥിനി അന്തരിച്ചു:
>
> സ്കൂളിൽ പോയി തിരിച്ചുവരുന്ന വഴി ഒരു ചരക്ക് ലോറി ഇടിച്ച് വിദ്യാർഥിനി അന്തരിച്ചു. സീമ(12) ആണ് അന്തരിച്ചത്.

അതിൽക്കൂടുതൽ എനിക്ക് വായിക്കാൻ കഴിഞ്ഞില്ല. ഞാൻ പേപ്പറവിടെ വച്ച് എന്റെ മുറിയിലേക്കോടി. അവിടെയിരുന്നു കുറേ കരഞ്ഞു. സംഭവിച്ചതെല്ലാം ഒരു സ്വപ്നം പോലെ മറക്കാൻ ഞാനാഗ്രഹിച്ചു. അവൾ വലിയ വിശ്വാസിയായിരുന്നല്ലോ. ദൈവത്തെ വിശ്വസിക്കാത്തതിന് അവളെന്നോട് പിണങ്ങിയില്ലേ? ഇപ്പോൾ ആ ദൈവം എവിടെപ്പോയി? അഥവാ അങ്ങനെ ഒരു ദൈവം ഉണ്ടെങ്കിൽ എന്റെ സീമയെ കൊന്നത് അയാളാണെന്ന് ഞാൻ പറയും. കാരണം എല്ലാരും പറയുന്നത് ദൈവമാണ് ലോകത്തിലെ എല്ലാ ചലനങ്ങളും നിയന്ത്രിക്കുന്നതെന്നല്ലേ? അങ്ങനെ ആണെങ്കിൽ–അയാൾ–തന്നെയാവില്ലേ ഈ ചലനത്തിന്റെയും പിന്നിൽ? സീമയുടെ അച്ഛനും അമ്മയും ഇപ്പോൾ എന്തുമാത്രം ദുഃഖിക്കുന്നുണ്ടാവും. എന്നാലും അവർ ഈ വിഷമത്തെ മറികടക്കുന്നത് വിധിയെ പഴിച്ചുകൊണ്ടായിരിക്കും. അല്ലാതെ ഈശ്വരനെ പഴിച്ചുകൊണ്ടാവില്ല. കാരണം ഈശ്വരൻ നല്ലവനാണല്ലോ? ഈശ്വരൻ മനുഷ്യർക്ക് നല്ലതുമാത്രം വരുത്താനല്ലേ ആഗ്രഹിക്കുകയുള്ളൂ! മനുഷ്യരുടെ ശത്രുവായി വിധി നിലനിൽക്കുന്നിടത്തോളം കാലം ഈശ്വരൻ നല്ലവൻ.... ഛെ..... എനിക്ക് ഇതൊന്നും തീരെ മനസിലാകുന്നില്ല.....

പെട്ടെന്ന് എന്തോ ശബ്ദം കേട്ട് ഞാൻ ഉമ്മറത്തേക്കോടി. അതാ.... അന്നു വന്ന കുറേ ആളുകൾ കൈയിൽ കുറേ നോട്ടീസ്.

അവർ എന്റെ വീടിനു മുമ്പിൽ വന്നു. അകത്തു കയറാതെ, എന്നെ കണ്ടയുടൻ വളരെ പുച്ഛത്തോടെ നടന്നു നീങ്ങി.... അപ്പോഴും എന്റെ മനസിൽ ഇനി ഒരിക്കലും എന്റെ സീമയെ കാണാൻ പറ്റില്ലല്ലോ എന്ന ദുഃഖം ജ്വലിച്ചുകൊണ്ടേയിരുന്നു. സീമയില്ലാത്ത എന്റെ ക്ലാസ് മുറി, എനിക്ക് ചിന്തിക്കാൻ പറ്റുന്നില്ല.......